AF448344

Tủ Sách Bảo Anh Lạc 84

NGHI THỨC CÚNG GIAO THỪA & VÍA PHẬT DI LẶC

(MÙNG MỘT TẾT)

Thích Nữ Giới Hương biên soạn

Nhà Xuất Bản
HƯƠNG SEN

HƯƠNG SEN PUBLISHER

Huong Sen Buddhist Temple

19865 Seaton Avenue,

Perris, CA 92570, USA

Tel: 951-657-7272, Cell: 951-616-8620

Email: huongsentemple@gmail.com,

thichnugioihuong@yahoo.com

Facebook:https://www.facebook.com/huongsentemple

Web: www.huongsentemple.com

First edition © 2024 Huong Sen Buddhist Temple

MỤC LỤC

CÚNG HƯƠNG

(Thắp ba cây hương, quỳ ngay thẳng, cầm hương
ngay trán niệm lớn bài cúng hương)
Nguyện dâng hương mầu nầy
Cúng dường tất cả Phật
Tôn Pháp, chư Bồ Tát
Thinh Văn và Duyên Giác
Cùng các bậc Thánh Hiền
Duyên khởi đài sáng chói
Khắp xông mười phương cõi
Tỏa ngát các chúng sanh
Đều phát tâm Bồ Đề
Xa lìa các vọng nghiệp
Trọn nên Đạo Vô Thượng.
Nam Mô Hương Cúng Dường Bồ Tát
Ma Ha Tát. (o) (1 xá)

CẦU NGUYỆN

Hôm nay chúng con (chủ lễ) là .... và các Phật tử Chùa Hương Sen, đạo tràng Perris, California, vân tập tại đại hùng bảo điện chùa Hương Sen, Perris, California, Hoa Kỳ, thiết lễ cúng Giao Thừa, Tết Nguyên Đán năm.... (âm lịch và dương lịch). Chúng con kiền thành cung thỉnh mười phương Chư Phật, Thánh Hiền, Duyên Giác, Thanh Văn cùng liệt tổ, Thiện Thần Hộ Pháp với

Long Thiên, thiêu thân Thánh tử đạo, dũ ánh uy quang giáng tọa tiền, lễ nhạc hương hoa in hiến cúng, nguyện cầu giáng phước lễ Minh niên.
Nam Mô Long Hoa Giáo Chủ Đương Lai
Hạ Sanh Di Lặc Từ Thị Tôn Phật
tác đại chứng minh. (3 lần) (o)

KHEN NGỢI PHẬT

Đấng Pháp Vương vô thượng
Ba cõi chẳng ai bằng
Thầy dạy khắp trời, người
Cha lành chung bốn loài
Quy y tròn một niệm
Dứt sạch nghiệp ba kỳ
Xưng dương cùng tán thán
Ức kiếp không cùng tận. (o) (1 xá)

QUÁN TƯỞNG PHẬT

Phật, chúng sanh tánh thường rỗng lặng
Đạo cảm thông không thể nghĩ bàn
Lưới đế châu ví đạo tràng
Mười phương Phật hiện hào quang sáng ngời
Trước bảo tọa thân con ảnh hiện
Cúi đầu xin thệ nguyện quy y. (o)

ĐẢNH LỄ

(Đại chúng đồng tụng)

Chí tâm đảnh lễ:

Nam Mô tận hư không biến pháp giới quá, hiện, vị lai thập phương chư Phật, Tôn Pháp Hiền Thánh Tăng thường trụ Tam Bảo. (o) (1 lạy)

Chí tâm đảnh lễ:

Nam Mô Ta Bà Giáo Chủ Bổn Sư Thích Ca Mâu Ni Phật, Đương Lai Hạ Sinh Di Lặc Tôn Phật, Đại Trí Văn Thù Sư Lợi Bồ Tát, Đại Hạnh Phổ Hiền Bồ Tát, Hộ Pháp Chư Tôn Bồ Tát, Linh Sơn Hội Thượng Phật Bồ Tát. (o) (1 lạy)

Chí tâm đảnh lễ:

Nam Mô Tây Phương Cực Lạc Thế Giới Đại Từ Đại Bi A Di Đà Phật, Đại Bi Quán Thế Âm Bồ Tát, Đại Thế Chí Bồ Tát, Đại Nguyện Địa Tạng Vương Bồ Tát, Thanh Tịnh Đại Hải Chúng Bồ Tát. (o) (1 lạy)

TÁN DƯƠNG CHI

(Mời ngồi xuống và khai chuông mõ)

Cành dương nước tịnh nhiệm mầu

Rưới tắt muôn vàn cảnh khổ đau

Chư Thiên mát mẻ, tâm thanh tịnh

Nhân thế vui tươi, cảnh an nhàn

Cam lồ rưới khắp trần gian

Lửa sân dứt sạch, sen vàng nở hoa.

Nam Mô Thanh Lương Địa Bồ Tát Ma Ha Tát. (3 lần) (o)

CHÚ ĐẠI-BI

Nam Mô Đại Bi Hội Thượng Phật Bồ Tát. (3 lần) (o)

Thiên thủ thiên nhãn vô ngại đại-bi tâm đà-la-ni.

Nam Mô hắc ra đát na, đa ra dạ da. Nam Môa rị da, bà lô yết đế, thước bát ra da, Bồ-đề tát đỏa bà da, ma ha tát đỏa bà da, ma ha ca lô ni ca da, án, tát bàn ra phạt duệ số đát na đát tỏa.

Nam Mô tất kiết lật đỏa y mông a rị da, bà lô kiết đế thất Phật ra lăng đà bà.

Nam Mô na ra cẩn trì hê rị ma ha bàn đa sa mế, tát bà a tha đậu thâu bằng, a thệ dựng, tát bà tát đa, na ma bà già, ma phạt đạt đậu, đát điệt tha. Án a bà lô hê, lô ca đế, ca ra đế, di hê rị, ma ha bồ-đề tát đỏa, tát bà tát bà, ma ra ma ra, ma hê ma hê, rị đà dựng, cu lô cu lô kiết mông, độ lô độ lô, phạt xà da đế, ma ha phạt xà da đế, đà ra đà ra, địa rị ni, thất Phật ra da, dá ra dá ra. Mạ mạ phạt ma ra, mục đế lệ, y hê y hê, thất na thất na a ra sâm Phật ra xá-lợi, phạt sa phạt sâm, Phật ra xá da, hô lô hô lô ma ra, hô lô hô lô hê rị, ta ra

ta ra, tất rị tất rị, tô rô tô rô, bồ-đề dạ bồ-đề dạ, bồ-đà dạ, bồ-đà dạ, di đế rị dạ, na ra cẩn trì địa rị sắc ni na, ba dạ ma na ta bà ha. Tất đà dạ ta bà ha. Ma ha tất đà dạ ta bà ha. Tất đà du nghệ thất bàn ra dạ, ta bà ha. Na ra cẩn trì ta bà ha. Ma ra na ra ta bà ha. Tất ra tăng a mục khê da, ta bà ha. Ta bà ma ha, a tất đà dạ, ta bà ha. Giả kiết ra a tất đà dạ, ta bà ha. Ba đà ma yết tất đà dạ, ta bà ha. Na ra cẩn trì bàn đà ra dạ, ta bà ha. Ma bà lị thắng yết ra dạ, ta bà ha.

Nam Mô hắc ra đát na, đa ra dạ da. Nam Môa rị da, bà lô yết đế, thước bàng ra dạ, ta bà ha.

Án tất điện đô, mạn đa ra, bạt đà dạ, ta bà ha. (3 lần) (o)

Nam mô Thập phương Thường trú Tam Bảo.
(3 lần) (o)

KỆ KHAI KINH

Thăm thẳm cao siêu Pháp nhiệm mầu

Trăm ngàn muôn kiếp khó tìm cầu,

Con nay nghe thấy chuyên trì niệm,

Nguyện tỏ Như Lai nghĩa nhiệm mầu.

Nam Mô Bổn Sư Thích Ca Mâu Ni Phật. (3 lần) (o)

Nam Mô Long Hoa Giáo Chủ Di Lặc Tôn Phật.
(3 lần) (o)

KỆ ĐÓN GIAO THỪA

Đêm nay ngày lành Nguyên Đán

Giờ này phút thiêng Giao Thừa

Tuân lệ cổ tục ngày xưa

Mở cửa nghinh xuân tiếp rước

Truyền thừa di phong thuở trước

Lên chùa lễ Phật dâng hương

Cầu minh niên vạn sự kiết tường

Nguyện xuân nhật tam nguyên như ý.

Nam Mô Long Hoa Giáo Chủ Đương Lai

Hạ Sanh Di Lặc Tôn Phật. (3 lần) (o)

Nhớ xưa có Đại Sĩ, Đức Di Lặc hóa sanh

Huyện Phụng Hóa, Châu Minh, thuộc đời Lương, Trung Quốc.

Tin vui của trời đất, ân huệ của nhơn sanh

Ngài có một thân hình, đầy từ bi hoan hỉ

Ngài có nhiều thần bí, rất khó nghĩ khôn lường

Và không ít dị thường, thật ngờ phàm ngại thánh.

Ngài có nhiều kỳ hạnh, nói năng không định lời

Xôn xao trong một thời, không ai biết sự thật

Có người bảo là Phật, có kẻ gọi là Thầy

Đi khất thực đó đây, ai cúng gì cũng lấy.

Bị vải treo đầu gậy, vật phẩm chứa không đầy

Có lúc thấy ở đây, có khi gặp nơi khác

Khuyên người chớ làm ác, dạy người nên làm lành

Không ai biết tánh danh, gọi Bố Đại Hòa Thượng.

Một hôm ngài dựng trượng, tại núi chùa Nhạc Lâm

Ngồi trên đá tịnh tâm, nói bài kệ vắn tắt:

"Rằng Ta Chân Di Lặc, Phật thân ngàn muôn ức

Thường hiện trước mọi người, mọi người tự không biết."

Nói xong ngài nhập diệt, diệt Đông lại sanh Tây

Ứng hóa khắp đó đây, vận thần thông diệu dụng.

Và trong một dịp khác, trước một số dân chúng

Ngài tuyên bố như vậy:

"Ta có một vị Thầy (Phật)

Mọi người đều không biết, không tô vẽ sơn thếp

Không chạm trổ điêu khắc, không một chút thể sắc

Không một chút cát bụi, sạch sẽ không lau chùi

Thợ vẽ, vẽ không thành, kẻ trộm lấy không được

Thể tánh vốn tự nhiên, tuy là có một thể, phân thân ngàn muôn ức."

Ngài sử dụng thần lực, hóa hiện khắp nhân thiên

Dạy vẽ kẻ hữu duyên, dắt dìu người vô phúc

Xa lánh đời trần tục, đưa vào cõi thiên cung

Hẹn Long Hoa Tam Hội trùng phùng, nguyện Đâu Suất nhất sanh thân cận.

Giờ này mọi nhà kính cẩn, xưng dương tán lễ hồng danh.

Đêm nay trăm họ chí thành, trân trọng cúng dường vía Thánh

Trăm hoa hân hạnh, mừng hóa Phật giáng sanh.

Muôn vật vươn mình, đón xuân thiên khai thái.

Đến đây tất cả chúng con:

Cúi đầu lễ bái, cầu gia đình hạnh phúc an khương.

Ngửa mặt dâng hương, nguyện đất nước hòa bình hưng thạnh.

Năm châu an định, bốn bể thanh bình, tình với vô tình, đồng thành Phật đạo.

**Nam Mô Đương Lai Hạ Sinh
Di Lặc Từ Thị Tôn Phật.** (3 lần) (o)

PHẬT NÓI KINH DI LẶC
HẠ SINH THÀNH PHẬT

*(Hán dịch: Tam Tạng Pháp Sư Nghĩa Tịnh
Việt dịch: Thích Tâm Châu)*

1. Chính tôi được nghe, vào một thời kia, Thế tôn an trụ trên núi Linh Thứu, thuộc thành Vương

Xá. Ngài và một số chúng Đại Bật Sô cùng ở nơi này.

2. Và, khi bấy giờ có bậc đại trí là Xá Lợi tử, là bậc pháp tướng, tối cao trong chúng vì thương thế gian, liền từ tòa ngồi, khoan thai đứng dậy, trễ áo vai hữu, gối hữu quỳ đất, chấp tay cung kính, bạch Thế Tôn rằng: "Kính bạch Thế Tôn Kính mong Thế Tôn, rũ lòng chấp thuận."

3. Đức Phật kiến bảo Xá Lợi Phất :" Tùy con muốn hỏi gì, Ta sẽ giãng giải."

4. Ngay lúc bấy giờ, tôn giả Xá Lợi Tử, thỉnh vấn Thế Tôn bằng lời kệ tụng:

"Như kinh đã nói, Đại Sư thụ ký vị Phật sau này là ngài Từ Thị. Kính mong Thế Tôn, trùng tụng kinh ấy, và phân biệt rõ uy đức thần thông của ngài Từ Thị. Chúng con muốn nghe về vấn đề ấy."

5. Đức Phật từ ái, bảo Xá Lợi Tử: "Con nên chí tâm, lắng nghe cho rõ, Ta sẽ vì đại chúng nói rộng về việc Thế Tôn Từ Thị, trong đời sau này." (o)

6. Với thế gian ấy, nước nơi biển cả, dần dần cạn đi, xuống đến hai nghìn ba trăm do tuần để lộ đất đai của Chuyển Luân Vương. Nam thiện bộ châu, đất đai ngang dọc, hàng vạn do tuần, và khắp mọi nơi đã có chúng sinh an trụ trong đó, đều được sung mãn. Đất nước giàu thịnh, không có hình phạt, không có tai ách. Nam nữ nơi đây,

do thiện nghiệp sinh. Đất không có gai, thuần cỏ xanh mềm. Chân bước lên trên, như trên bông mịn. Đất nước tự nhiên mọc lên lúa hương, mùi vị thơm ngon, thảy đều đầy đủ. Tự nhiên các cây, hóa ra y phục, đủ để trang nghiêm. Mỗi cây cao độ ba vạn câu xa, hoa quả đầy dẫy.

7. Người trong nước ấy sống tám vạn tuổi, không có tật khổ, không có phiền não, thường an vui. Đức tướng trang nghiêm, sắc lực viên mãn. Nhưng người ta lo chỉ về ba việc, là lo thức ăn, lo sự suy yếu, lo sự tiện lợi. Về phần nữ giới, mãi năm trăm tuổi, mới kết hôn nhân. Khi người nào đó, muốn di tiện lợi, đất tự nứt ra, tiện lợi vào đó, đất liền khép lại. Khi sắp mệnh chung, tự mình đi đến ngay nơi nghĩa trang thân hóa tại đó. Đô thành Luân Vương là diệu Chàng tướng. Bề dọc đô thành mười hai do tuần. Bề rộng của nó là bảy do tuần. Dân cư trong thành, đều là những người đã trồng nhân tốt. Thành có thắng đức, ai ở đều vui. Lâu đài, các sở ngăn ngừa kẻ địch, tất cả xây nên, đều bằng thất bảo. Khóa cùng các cửa, cũng dát châu báu. Hòa rãnh quanh thành làm bằng ngọc quý. Hoa thơm lừng lẫy, chim đẹp liệng bay. Bảy hàng đa la trồng quang tất cả. Và, đều trang nghiêm bằng các châu báu. Trên mỗi cây ấy đều treo chuông khánh. Gió hiu hiu thổi vào các cây báu, diễn ra những tiếng, êm dịu nhiệm mầu, như tấu bát âm người nghe hoan hỷ.

Nơi nào cũng có ao hồ đẹp mắt, trong đó đầy dẫy những hoa tạp sắc. Vườn, rừng thơm đẹp, thành quách trang nghiêm. (o)

8. Đất nước nầy có một vị thánh chủ tên là Hướng Khư, là Kim luân Vương, cai trị bốn châu, uy lực, giầu thịnh. Phúc nghiệp nhà vua, mạnh mẽ vô song. Lại còn cả bốn loại hùng binh. Mọi thứ thành tựu, đều bằng thất bảo. Nhà vua còn có một nghìn người con. Bốn biển thanh bình, không có chiến tranh. Chính pháp dạy dân, khuyên đều bình đẳng. Đất nước còn có bốn kho tàng lớn. Trong mỗi kho tàng có trăm vạn ức những thứ trân bảo. Ở Yết Lăng Già , có một kho báu là Băng Kiệt La. Ở Mật Hy LA, có một kho báu là Bát Trục Ca. Ở nơi Kiền Đà, , có một kho báu Y La bát La. Ở Bà La Tư, có một kho báu tên là Hướng Khư. Bốn kho báu ấy, thuộc vua Hướng Khư. Do nương nhờ vào bao phúc nghiệp trước, cho nên ngày nay, quả báo thành tựu.

9. Nhà vua lại có phụ quốc đại thần, dòng Bà La Môn, tên là Thiện Tịnh. Quan làm Quốc Sư, là bậc đa văn, hiểu suốt "Tứ Minh" thông các tạp luận, ham nghe, ham học, khéo léo hành trì, lại khéo giáo hóa, và đến những môn huấn giải, thanh minh" đều nghiên cứu cả. Và bà Tịnh Diệu là vợ Thiện Tịnh, vóc dáng đoan nghiêm, ai trông thấy bà cũng đều hoan hỷ.

10. Nay đức Từ Thị, từ trời Đâu Suất mượn nơi

Tịnh Diệu, mang bào thai người, cho thân sau cùng. Mang thai đại thánh, đầy đủ mười tháng. Một hôm tôn mẫu của đức Từ thị, thăm vườn Diệu Hoa. Khi đến vườn này, bà không ngồi, nằm, đứng vịn cây hoa, bỗng nhiên đản sinh ra đức Từ Thị. (o)

11. Khi Từ Thị sinh từ nơi nách phải thân mẫu Ngài, như ánh mặt trời, vượt khỏi mây mờ, phóng ra ánh sáng, chiếu khắp tất cả. Tuy mượn bào thai, nhưng không nhiễm xúc những cảnh trần tục. Như hoa sen thơm, từ nước mọc lên.

12. Khi ánh sáng chiếu tràn lan ba cõi, tất cả mọi nơi, nơi nào cũng đều kính ngưỡng ánh sáng của đức Từ Thị. Và trong khi sinh, Đế Thích Thiên Chủ, tự nâng Bồ tát và rất vui mừng, gặp Lưỡng Túc Tôn. Trong thời gian ấy, tự nhiên Bồ tát kinh hành bảy bước, trong mỗi bước đi, nở hoa sen báu.

13. Khi ấy Từ Thị quan sát mười phương tuyên cáo chư thiên và nhân chúng rằng; "Đây thân tối hậu, đạt tới vô sinh, chứng nhập Niết bàn".

14. Sau giờ phút ấy, rồng phun thanh thủy, tắm thân Đại Bi, chư thiên rải hoa, rợp khắp hư không, chư thiên cầm lọng, che Đại Từ Tôn. Ai ai cũng đều sinh tâm hy hữu, và đều thủ hộ thân của Bồ tát.

15. Vú nuôi nâng niu, ẵm thân Bồ Tát. Thấy thân

hiện rõ 32 tướng tốt, đủ mọi ánh sáng. Bà liền trao Ngài cho thân mẫu Ngài. Người trong hoàng cung đem se đến rước. Xe này trạm trổ, trang nghiêm châu báu. Mẹ con lên xe chư thiên nâng đỡ. Nghìn thứ âm nhạc, trỗi khúc vui mừng, dẫn đạo về cung. (o)

16. Từ Thị vào thành, hoa trời tung rãi. Ngày Ngài đản sinh, thể nữ mang thai, thân được an ổn, đều sinh con trai, thông minh trí tuệ. Tôn phụ thiện tịnh nhìn dung nhan con trai đủ 32 tướng, tâm sinh hoan hỷ. Rồi ông xem tướng, biết con trai có hai tướng cao quý: nếu ở thế gian, làm chuyển luân vương, và nếu xuất gia, thành bậc Chính Giác.

17. Bồ Tát khôn lớn, thương xót chúng sinh. Chúng sinh ở trong đau khổ, hiểm nạn, và bị luân hồi, không lúc ngừng nghỉ. Thân Ngài sắc vàng, sáng tõa rực rỡ. Âm thanh của Ngài, như tiếng phạm âm. Mắt Ngài ánh xanh, như hoa sen xanh. Chi thể của Ngài, tám mươi khủy tay. và tướng đoan nghiêm, như mặt trăng tròn.

18. Đối với Bồ tát, mọi nghề đều giỏi. Lại khéo dạy bảo những người theo học. Ngay đến trẻ nhỏ xin theo học Ngài, số người dến cả tám vạn bốn nghìn.

19. Vào thế gian ấy Luân Vương Hướng Khư dụng cờ bảy báu, cờ cao vào cỡ khoảng bảy mươi tầm, và rộng vào khoảng, độ sáu mươi tầm. Dựng

cờ xong rồi, vua phát xả tâm, cho Bà La Môn, lập hội vô già, làm việc bố thí, một cách bình đẳng.

20. Trong thế gian nầy, các hàng Phạm Chí, có đến nghìn người, được cờ báu nầy, tích tắc hư bể. Bồ tát thấy thế, Ngài tự niệm rằng, sự việc thế tục, đều như thế cả. Đều bị sinh tử khổ đau ràng buộc. Do đó, Ngài liền nghĩ đến xuất ly. Mong đạo tịch diệt, bỏ tục xuất gia. Xuất gia chứng đạo, cứu vớt chúng sinh, ra khỏi luân hồi, sinh, già, bệnh, chết. (o)

21. Ngày đức Từ Tôn, hưng khởi đại nguyện, đã có số người tám vạn bốn ngàn, sinh tâm yếm ly, tu theo phạm hạnh. Đêm mới phát tâm, xả tục xuất gia, Ngài đã chứng được ngôi đẳng giác địa. Có cây Bồ đề, tên là Long Hoa, cao bốn do tuần, tươi tốt sum sê. Cành lá che rợp, tỏa ra bốn bên, sáu câu lô xá. Từ Thị đại bi, thành ngôi cháng giác, dưới gốc cây nầy.

22. Đối với loài người, Từ Thị đại bi là bậc tối thắng, Ngài đủ tám thứ âm thanh cõi Phạm. Thuyết pháp độ sinh, bỏ các phiền não. Khổ, nơi sinh khổ, tất cả trừ diệt. Tu tám chính đạo, lên bờ Niết Bàn. Ngài vì các hàng thanh tín nam nữ, nói bốn chân đế. Được nghe pháp rồi, dốc lòng vâng giữ.

23. Trong vườn Diệu Hoa, chúng họp đông đảo. Đấy đủ quyến thuộc, hàng trăn do tuần. Hướng Khư Luân Vương, nghe pháp thâm diệu, bỏ hết

trần lao, tâm thích xuất gia. Không tiếc thứ gì, trong nơi hoàng cung. Chỉ dốc một lòng, mong cầu xuất ly. Và cả quần chúng, tám vạn bốn nghìn, cũng đều theo vua, xuất gia tu đạo. Lại cả trẻ nhỏ, dòng Bà la môn, số đông ắt có, tám vạn bốn nghìn, nghe vua bỏ tục, cũng cầu xuất gia. Cả quan Chủ Tạng, tên là Thiện Tài, và nghìn quyến thuộc, cũng cầu xuất gia. Nàng Tỳ Xá Khư, bảo nữ trong cung, cùng những tùy tùng, tám vạn bốn nghìn, đều cầu xuất gia. Cho đến con số, trên trăm nghìn người thiện nam, thiện nữ, nghe Phật nói pháp cũng cầu xuất gia. (o)

24. Ngài là một bực Thánh chủ từ bi, được người và trời, cung kính tôn trọng. Quán tất cả tâm chúng sinh rồi, tuyên diễn pháp yếu. Ngài bảo đại chúng, các vị nên biết, với lòng từ bi của Phật Thích Ca, đã dạy các vị, tu theo chính đạo, do đó các vị sinh trong pháp tôi. Với nhân duyên trước, hoặc dùng hương hoa, tràng phan lọng tán, trang nghiêm đẹp đẽ, cúng dường Mâu Ni, nên được sinh vào pháp hội của Tôi. Hoặc dùng các thứ uất kim trầm thủy, các loại đất bùn, thơm tho sạch sẻ, dùng để xây cất và để tô trát, cúng dường vào ngôi tháp Phật Mâu Ni. Do nhân duyên ấy, sinh trong pháp Tôi. Quy y Phật , Pháp. Tăng, cung kính thân cận, tu mọi thiện hạnh, sẽ được sinh vào pháp hội của Tôi. Hoặc trong Phật pháp, thọ trì học xứ, khéo giữ không phạm, sẽ được sinh

vào pháp hội của Tôi. Với tứ phương tăng, cúng áo, món ăn, cùng những thuốc tốt, sẽ được sinh vào pháp hội của Tôi. Trong bốn kỳ chay, hoặc tháng thần thông, thụ trì tám giới, sẽ được sinh vào pháp hội của Tôi. Hoặc dùng ba thông như thần cảnh ký và giới giáo thụ, giáo đạo Thanh Văn, diệt trừ phiền não, để được dự vào pháp hội Long Hoa. (o)

25. Hội đầu thuyết pháp, độ các Thanh Văn, khởi phiền não chướng. Số người được độ, chín mươi sáu ức. Hội hai, thuyết pháp, độ các Thanh Văn, qua biển vô minh. Số người được độ, chín mươi bốn ức. Hội ba, thuyết pháp, độ các Thanh Văn, điều phục thiện tâm. Số người được độ, chín mươi hai ức.

26. Ba lần chuyển pháp, nhân thiên thuần tịnh, đem chúng đệ tử, vào thành khuất thực. Vào Diệu Trành thành, đường xá nghiêm sạch. Trời cúng dường Phật, rải hoa mạn đà, các thiên chúng khác: Tứ vương, Phạm vương, vv..., cúng dường hương hoa, quanh thân đại bi. Chư Thiên đức lớn, dâng y phục đẹp. Các vật cúng dường của các chư thiên, phất phới thành ấp, tràn ngập đường xá. Mục dích các vị, cung kính chiêm ngưỡng bậc đại y vương, ra đời hóa độ. Hương hoa diệu bảo khắp chốn, khắp nơi, ai bước chân lên, như bước lên nệm bông đâu-la-miên. Tràng phan âm nhạc, la liệt bên đường.

27. Vua trời Đế Thích, cùng chúng nhân thiên, tán thán công đức, bậc đại Từ Tôn: Nhất tâm kính lễ bậc Thiên Thượng Tôn. Nhất tâm kính lễ bậc Sĩ Trung Thắng. Lành thay Thế Tôn, thương xót thế gian. Có uy đức lớn, làm cho chúng ma, quy tâm đỉnh lễ, tán ngưỡng Đạo Sư. Thiên chúng Phạm vương, quyến thuộc vây quanh, dùng tiếng Phạm Âm, xiển dương diệu pháp.

28. Trong thế giới này, nhiều A la hán, trừ bỏ lậu nghiệp, lìa hẳn phiền não. Nhân, Thiên, Long Thần, Càn Thát, Tu la, La sát, Dược Xoa, vv... hoan hỷ cúng dường.

29. Đại chúng khi ấy, dứt chướng, trừ hoặc, siêu việt sinh tử, tu hạnh thanh tịnh, đại chúng khi ấy, không ham của báu, vô ngã, ngã sở, tu hạnh thanh tịnh. Đại chúng khi ấy, xé lưới tham ái, tĩnh lự hoàn toàn, tu hạnh thanh tịnh. Đại chúng khi ấy, xé lưới tham ái, tĩnh lự hoàn toàn, tu hạnh thanh tịnh. (o)

30. Thế Tôn Từ Thị, thương xót hữu tình, thuyết pháp độ sinh, trong sáu vạn năm, hóa trăm vạn ức, qua biện phiền não.

31. Có duyên đều độ, rồi nhập Niết Bàn. Thế Tôn Từ Thị, sau nhập Niết Bàn, chính pháp còn lại được sáu vạn năm.

32. Ở trong pháp ta, thâm tâm tín thụ, trong ngày sau này, được gặp Từ Thị. Nếu người thông tuệ, nghe nói việc này, ai không vui mừng, mong gặp Từ Thị. Người cầu giải thoát, gặp hội Long Hoa, cúng dường Tam bảo. Đừng nên phóng dật.

33. Bấy giờ Thế Tôn vì Xá Lợi Phất và cả đại chúng, nói và ghi nhận sự việc sau này của đức Từ Thị. Sau đó, lại bảo ngài Xá Lợi Tử, nếu có thiện nam và thiện nữ nào nghe được pháp này, thụ trì đọc tụng, và vì người khác, diễn nói chính pháp, như nói, tu hành, cúng dường hương hoa, viết chép kinh quyển. . ., thì những người ấy, về đời sau này, quyết định sẽ được gặp đức Từ Thị, và trong ba hội, nhờ ơn cứu độ.

34. Khi đức Thế Tôn nói bài tụng rồi, ngài Xá Lợi Phất và cả đại chúng, hoan hỷ tín thụ, đỉnh lễ vâng làm. (ooo)

PHẬT NÓI KINH QUÁN DI LẶC BỒ TÁT THƯỢNG SINH ĐÂU SUẤT THIÊN

(Hán dịch: Cư sĩ Cừ Kinh Thanh đời Tống.
Việt dịch: Thích Tâm Châu)

1. Chính tôi được nghe, vào một thời kia, đức Phật trụ tại vườn Cấp Cô Độc, rặng cây Kỳ Đà, thuộc nước Xá vệ.

2. Bấy giờ Thế Tôn cử động thân thể, phóng ra hào quang. Hào quang sắc vàng, quanh vườn Kỳ Đà. Quanh suốt bảy vòng, rồi chiếu vào nhà cư

sĩ Tu Đạt ở. Hào quang chiếu này cũng bằng sắc vàng. Hào quang vàng này, như từng đám mây lan tỏa cùng khắp cả nước Xá Vệ. Lan tới chỗ nào, nơi ấy đều mưa.

3. Sau đó, Ngài lại hóa hoa sen vàng. Trong mỗi hào quang hóa hoa sen vàng, trong đó có đến vô lượng trăm nghìn chư đại hóa Phật, và mỗi hóa Phật, đều xướng lên rằng: "Nay ở trong này có nghìn bồ tát, sẽ thành Phật đạo. Đầu tiên thành Phật, Ngài Câu Lưu Tôn. Và thời sau cùng, vị được thành Phật là ngài Lâu Chí".

4. Các vị hóa Phật, nói lời ấy rồi, tôn giả Kiều Trần Như, từ thiền định dậy, cùng với hai trăm năm mươi quyến thuộc cùng đến nơi Phật. Ngài Đại Ca Diếp cũng cùng hai trăm năm mươi quyến thuộc, cùng đến nơi Phật. Đại Mục Kiền Liên cũng cùng hai trăm năm mươi quyến thuộc, cùng đến nơi Phật. Tôn giả Xá Lỵ cũng cùng hai trăm năm mươi quyến thuộc, cùng đến nơi Phật. Tu Đạt trưởng giả cũng cùng ba nghìn vị Ưu bà Tắc, cùng đến nơi Phật. Tỳ Xá Khư Mẫu cũng cùng hai nghìn vị Ưu bà Di, cùng đến nơi Phật. Chúng đại Bồ tát gồm mười sáu vị như là Bồ tát Bạt Đà Bà La ..., cũng đến nơi Phật. Ngài pháp vương tử Văn Thù Sư Lỵ cũng cùng năm trăm vị Bồ tát khác cùng đến nơi Phật. Cả đến các vị Thiên, Long, Dạ Xoa, cùng Càn Thát Ba..., hết thảy đại chúng, thấy hào quang Phật, đều cùng

vân tập đến nơi Phật trụ.

5. Bấy giờ Thế Tôn lại phóng thêm ra hàng nghìn hào quang tướng quảng trường thiệt. Trong mỗi hào quang, có nghìn màu sắc, có nhiều hóa Phật. Các hóa Phật ấy, tuy rằng khác miệng, nhưng đồng âm thanh, đều nói lên rằng: "Các đại Bồ tát đều thanh tịnh nầy, có Đà ra ni rất sâu vi diệu không thể nghĩ bàn như: đà ra ni mục khư, đà ra ni không tuệ, đà ra ni vô ngại tính, đà ra ni đại giải thoát vô tướng". (o)

6. Khi ấy Thế Tôn dùng một âm thanh nói ra trăm ức môn đà ra ni. Lúc Thế Tôn nói đà ra ni song, ở trong pháp hội có một Bồ tát tên là Di Lặc, nghe lời Phật nói tức thời chứng được hàng trăm vạn ức môn đà ra ni, và ngay sau đó, Bồ tát Di Lặc, liền từ tòa ngồi, nghiêm chỉnh y phục, xoa tay. chắp tay, đứng ngay trước Phật.

7. Và, cùng khi ấy, tôn giả Ưu Bà Ly, từ tòa đứng dậy, đầu diện tác lễ, bạch đức Phật rằng: "Kính bạch Thế Tôn, xưa kia khi Thế Tôn nói trong kinh luật rằng, A Dật Đa sẽ được thành Phật, ở đời sau nầy. Nay con thấy rằng tôn giả A Dật Đa vẫn còn đầy đủ tấm thân phàm phu và chưa dứt hết được các lậu hoặc. Khi Di Lặc mất sẽ sinh nơi nào? Bản thân Di Lặc, con người hiện nay, tuy là xuất gia, không tu thiền định, không dứt phiền não. Thế Tôn thụ ký cho Di Lặc con không dám nghi. Nhưng, con muốn biết, khi ông mất

rối, sinh vào nước nào?

8. Thế Tôn liền bảo Ưu Bà Ly: "Con hãy nghe kỹ, nghe cho thật kỹ và khéo nhớ nghĩ, nay Như Lai đây, bậc Chánh biến tri, ở trong chúng này, nói về Di Lặc bậc đại bồ tát, thụ ký vô thượng chính đẳng chánh giác".

9. Sau mười hai năm, Di Lặc mệnh chung, quyết được sinh lên cõi trời Đâu Suất. Trên trời Đâu Suất có năm trăm ức các vị Thiên tử. Mỗi vị Thiên tử đều tu về pháp thí Ba la mật. Các vị Thiên tử vì sự cúng dường một vị Bồ tát "Nhất sinh bổ sứ" nhờ phúc lực ấy, xây cất cung điện. Các vị trút bỏ cả các mũ báu chiên đàn ma ni, quỳ thẳng, chắp tay, phát lời nguyện rằng: "Ngày nay chúng con đem các bảo châu và mũ thiên quan, thực vô giá này, chỉ với mục đích cúng dường cho bậc "Đại tâm Chúng Sinh" Vì, rằng bậc này, không bao lâu nữa, ở trong đời sau, thành bậc vô thượng chính đẳng chính giác. Chúng con chỉ mong, trong đời sau này, chúng con sẽ được trang nghiêm quốc giới củ a đức Phật ấy, và được thụ ký. Nếu được như thế, mũ báu của chúng con, hóa thành đồ cúng". Rồi cứ như thế, các vị thiên tử lần lượt quỳ thẳng cũng lại phát nguyện, nguyện lớn như trên.

10. Khi các Thiên tử phát nguyện xong rồi, các mũ báu ấy hóa thành năm trăm vạn ức cung báu. Mỗi một cung báu có một trùng tường. Mỗi một

trùng tường, xây bàng bảy báu. Và, mỗi thứ báu phóng ra hàng năm trăm ức ánh sáng. Trong mỗi ánh sáng, có năm trăm ức bông hoa sen lớn. Mỗi một hoa sen, lại biến hóa ra thành năm trăm ức hàng cây bảy báu. Mỗi một lá cây, lại có hàng năm trăm ức sắc báu. Mỗi một sắc báu, có năm trăm ức ánh sáng vàng ròng cõi Diêm phù đàn. Mỗi một ánh sáng như ánh vàng ròng cõi Diêm phù đàn, hiện năm trăm ức chư thiên bảo nữ. Mỗi nàng bảo nữ, đứng dưới cây báu, cầm hàng trăm ức vô số anh lạc. Và, trong khi ấy, tự nhiên trổi lên âm nhạc vi diệu. Trong âm nhạc ấy, diễn thuyết ra những pháp luân bất thoái. Các cây báu ấy, sinh ra các quả, màu như pha lê. Các ánh sáng ấy, chiếu theo chiều phải, uyển chuyển phát ra nhiều thứ âm thanh. Những âm thanh ấy, nói ra những pháp đại từ, đại bi. (o)

11. Về mỗi trùng tường, cao độ vào khoảng, sáu hai do tuần. Tường dầy vào khoảng mười bốn do tuần. trong trùng tường ấy, có năm trăm ức các vị Long vương vây quanh gìn giữ. Mỗi vị Long vương, hóa hàng trăm ức hàng cây bảy báu, để trang nghiêm thêm các trùng tường ấy. Rồi tự nhiên có gió hiu hiu thổi động các câu ấy. Các cành cây ấy va chạm vào nhau, diễn ra những pháp: khổ, không, vô thường, vô ngã, và cả pháp ba la mật.

12. Trong cung điện này, có vị đại thần, danh hiệu

gọi là Lao Độ Bạt Đề, liền từ tòa ngồi đứng dậy đỉnh lễ tất cả chư Phật ở khắp mười phương, vá phát ra lời thệ nguyện rộng lớn: "Nay tôi muốm xây ngôi thiện pháp đường, chí thành cúng dường Bồ tát Di Lặc. Nếu có phúc ấy, nơi trán của tôi, tự nhiên xuất ra nhiều thứ bảo châu, để tôi được làm theo như sở nguyện". Đại thần nguyện rồi, tự nhiên trên trán xuất ra trăm thứ bảo châu, lưu ly, và ngọc pha lê, tất cả màu sắc ấy như ngọc ma ni này, chiếu tõa hư không, liền hóa hiện ra bốn mươi chín trùng bảo cung ấy, được hợp thành lại, kể như vạn ức viên ngọc ma ni, màu sắc tía biếc, thấu suốt trong ngoài. Ánh ma ni nầy, chiếu tõa hư không, liền hóa hiện ra bốn mươi chín trùng bảo cung vi diệu. Mỗi hàng lan can cũa bảo cung ấy, được hợp thành lại, kể như vạn ức viên ngọc ma ni, ở dưới bảo sở của cõi Phạm thiên. Các lan can ấy, tự nhiên hóa sanh chín ức thiên tử, và năm trăm ức các nàng thiên nữ. Tay mỗi thiên nữ lại hóa sinh ra vô lượng ức vạn hoa sen bảy báu. Trên mỗi hoa sen, có đến vô lượng số ức hòa quang. Trong hào quang ấy đủ các nhạc khí. Các nhạc khí ấy, không đánh tự kêu. Khi tiếng nhạc khí tự nhiên phóng ra, các nàng thiên nữ cũng cầm nhạc khí, ganh đua ca vũ. Những ca vũ ấy chỉ ca diễn nói về mười điều thiện, bốn nguyện rộng lớn. Chư Thiên nghe rồi, phát vô thượng tâm.

13. Trong các vườn hoa, có những mương nước, tạo bằng lưu ly, tám màu xen lẫn. Trong mỗi mương nước, được hợp thành bởi hàng năm trăm ức các thứ bảo châu. Trong mỗi mương nước, nước có tám vị, tám sắc đầy đủ. Khi nước phun ra, phun vòng hành cột, ra ngoài bốn cửa, lại hóa sinh ra bốn loại hoa quý. Nước trong hóa ra, như hoa báu tỏa. Trên mỗi bông hoa, hăm bốn thiên nữ, sắc thân vi diệu, như sự trang nghiêm, thân các Bồ tát. Trong tay thiên nữ, tự nhiên hóa sinh, hàng năm trăm ức các loại bảo khí. Trong mỗi bảo khí, tự nhiên cam lộ, tràn đầy trong ấy. Các nàng thiên nữ, vai tã mang đầy những vòng anh lạc, vai hữu lại mang vô lượng nhạc khí. Âm thanh nhạc khí, như mây trên không, từ hơi nước tụ. Âm thanh lưu lượng, chỉ tán thán về sáu ba la mật của các Bồ tát. Nếu ai sinh lên cõi trời Đâu Suất, tự nhiên cũng được các thiên nữ ấy, hầu hạ săn sóc. (o)

14. Có các tòa ngồi, hình sư tử lớn, tạo bằng bảy báu, cao bốn do tuần. Tòa sư tử ấy, được trang nghiêm bằng vàng Diêm phù đàn, và cùng rất nhiều các châu bảo khác. Bốn góc tòa nầy, trạm bốn hoa sen. Mỗi một hoa sen, được tạo ra bằng hàng trăm thứ báu. Mỗi thứ báu ấy, luôn luôn phóng ra trăm ánh sáng. Trong ánh sáng ấy, rất là vi diệu, chúng biến hóa ra các tạp hoa khác, bằng các châu báu, hằng trăm ức bông, để trang nghiêm cho các cờ bảy báu.

15. Và, khi bấy giờ trăm nghìn Phạm vương mỗi vị đều mang một thứ diệu bảo cũa cõi Phạm thiên, làm thành chuông báu, treo trên ngọn cờ. Các Tiểu Phạm vương, cũng mang các thứ châu báu cõi mình, làm thành màn lưới, giăng phủ lên trên các lá cờ báu. Trăm nghìn quyến thuộc thiên tử, thiên nữ, cũng đem hoa báu, đặt trên các tòa và, các hoa ấy, tự nhiên hiện ra hàng năm trăm ức các nàng bảo nữ, tay cầm bạch phất, đứng hầu dưới cờ.

16. Nâng đỡ cung diện, bốn góc điện có bốn cây cột báu. Mỗi cột báu ấy, lại hóa hiện ra trăm nghìn lâu các, có hàng trăm nghìn các nàng thiên nữ, sắc đẹp vô cùng, tay cầm nhạc khí. Trong nhạc khí ấy, phát ra âm thanh, diễn nói các pháp: khổ, không, vô thường, vô ngã và cùng các ba la mật.

17. Như thế thiên cung, có trăm ức vô lượng bảo sắc. Cho đến hết thảy các nàng thiên nữ cũng bằng bảo sắc. Do đó, vô lượng chư thiên ở khắp mười phương. khi sắp mệnh chung, đều nguyện sinh lên cung trời Đâu Suất. (o)

18. Cung trời Đâu Suất, có năm đại thần: Đệ nhất đại thần tên là Bảo Chàng. Thân vị thần này biến ra bảy báu, trải khắp quanh tường ở trong cung điện. Mỗi thứ báu ấy, lại hóa ra thành rất nhiều nhạc khí, treo trong chổ trống. Rồi nhạc khí ấy, trổi lên tiếng nhạc. Những tiếng nhạc ấy,

hợp ý chúng sinh. Đệ nhị đại thần, tên là Hoa Đức. Thân vị thần này, biến ra các hoa, rải khắp quanh tường ở trong cung điện. Các loại hoa ấy, biến thành lọng hoa. Mỗi một lọng hoa, có hàng trăm nghìn đủ loại tràng phan, đi trước dẫn đạo. Đệ tam đại thần, tên là Hương Âm. Trong lỗ chân lông của vị thần này, phóng ra các loại mùi hương chiên đàn, ngát thơm vi diệu. Các mùi hương này, tõa lên như mây, tạo thành trăm thứ màu sắc châu báu, bay vòng bảy lần trong cung điện này. Đệ tứ đại thần, tên là Hỷ Lạc. Thân vị thần này, phóng ra các ngọc như ý bảo châu. Mỗi một bảo châu, gắn trên tràng phan, tự nhiên nói ra: nguyện quy y Phật, nguyện quy y pháp, nguyện quy y Tăng. Lại cũng nói ra gìn giữ năm giới, vô lượng thiện pháp, các Ba La Mật. Và, lời lợi ích, khuyên gắng hộ trợ về tâm bồ đề. Đệ ngũ đại thần, tên là Chính Âm Thanh. Thân vị thần nầy, các lỗ chân lông, phóng ra loại nước. Trên mỗi loại nước, có năm trăm ức các loại tạp hoa. Trên mỗi bông hoa, lại hóa hiện ra, hăm lăm ngọc nữ. Mỗi nàng ngọc nữ, nơi lỗ chơn lông, lại phóng âm thanh. Những âm thanh ấy, tiếng hay thanh thoát, hơn cả âm nhạc, trong cung hoàng hậu, của các Thiên Ma.

19. Sau khi diễn tả cảnh trời Đâu Suất, đức Phật liền bảo, tôn giả Ưu bà Ly: "Cõi Đâu Suất này, là nơi phúc đức, báo ứng thắng diệu của mười

điều thiện. Nếu ta ở đời, khoảng nửa tiểu kiếp nói về trụ xứ của vị Bồ tát "Nhất Sinh Bổ Xứ", kết quả báo ứng của mười điều thiện cũng không hết được. Nay vì các vị, Ta nói sơ lược như thế mà thôi.

20. Đức Phật lại bảo ngài Ưu Bà Ly: "Nếu các Tỳ Khưu hay đại chúng nào, không chán sinh tử, muốn sinh cõi trời, nhưng tâm ưu kính vô thượng bồ đề, và muốn được làm đệ tử Di Lặc, nên quán tưởng về cõi trời Đâu Suất. Nhưng khi quán tưởng, nên giữ năm giới, bát quan trai giới, thân tâm tinh tiến. Tuy chưa mong cầu dứt hết kết sử, nhưng cần phải tu, làm mười pháp lành. Mỗi sự suy nghĩ, về sự khoái lạc vô cùng vi diệu, cõi trời Đâu Suất, cần phải phát tâm. Quán tưởng như thế, gọi là chính quán. Nếu quán khác đi , đó là tà quán". (o)

21. Đức Phật dạy xong, tôn giả Ưu Bà Ly, từ tòa đứng dậy, nghiêm chỉnh y phục, đầu diện lễ Phật, và bạch Phật rằng: " Kính bạch Thế Tôn, trên trời Đâu Suất có những sự vui rất mực như thế, nay Di Lặc, vào thế gian nào, sẽ viên tịch tại Diêm phù đàn, và sẽ sinh lên cõi trời Đâu Suất?".

22. Đức Phật liền bảo tôn giả Ưu Bà Ly: "Di Lặc sinh trong dòng Ba bà Lợi thuộc dòng Bà la môn, thôn Kiếp ba lợi, nước Ba la Nại. Sau mười hai năm, vào ngày mười lăm tháng hai nông lịch, trở về nơi sinh, ngồi kiết già, như vào diệt định.

Thân Di Lặc sắc vàng, màu sáng tía biếc. Và, ánh sáng ấy, chói lói như là ánh sáng của hàng trăm nghìn mặt trời. Cũng ánh sáng ấy, soi suốt lên đến cõi trời Đâu Suất. Xá lợi than Di Lặc như tượng vàng đúc, không lay, không động. Viên quang thân Di Lặc, hiện rõ chữ nghĩa của Thủ Lăng Nghiêm tam muội, bát nhã ba la mật đa".

23. Khi ấy mọi người cùng các thiên chúng dõi theo ánh sáng, tìm đến nơi này, xây cất bảo tháp, cúng dường xá lợi. Và, cùng khi ấy, trên trời Đâu Suất, Bồ tát Di Lặc tự hóa sinh, ngồi kiết già phu, trong hoa sen bàu, trên tòa sư tử, ở điện ma ni, trong đài thất bảo. Thân sắc vàng, như là vàng ròng ở Diêm phù đàn. Thân cao đến mười sáu do tuần. Đủ băm hai tướng, tám mươi vẻ đẹp. Nhục kế đầu, màu tóc xanh biếc như ngọc lưu ly. Cái mũ thiên quan được trang nghiêm bằng ngọc thích ca tỷ lăng già ma ni, trăm nghìn vạn ức ngọc yên thúc ca. Mũ thiên quan ấy, có nhiều màu sắc, trăm vạn ức sắc. Trong mỗi một sắc, có đến vô lượng trăm nghìn hóa Phật, các hóa Bồ tát, đứng bên thị giả. Các đại Bồ tát ở phương khác đến, hiện ra mười tám thần thông biến hóa, tùy ý tự tại. Tất cả đều hiện trong mũ thiên quan. Khoảng giữa chặn mày của bồ tát Di Lặc, có hào quang trắng, phóng ra hàng trăm ánh sáng châu báu. Ba mươi hai tướng, trong mỗi một tướng, có năm trăm ức màu sắc châu báu. Mỗi một vẻ đẹp

cũng có đến cả hàng năm trăm ức màu sắc châu báu. Mỗi một tướng tốt, lại ánh hiện ra tám vạn bốn nghìn đám mây quang minh.

24. Bồ tát Di Lặc cùng các thiên tử, ngồi tòa hoa sen. Ngày đêm sáu thời thường nói diệu pháp. Nói những pháp hạnh về "Bất thoái chuyển". Trong một thời gian, bồ tát thành tựu cho hàng năm trăm ức các vị thiên tử, không thoái chuyển được đạo pháp vô thượng chính đẳng chính giác. Cứ thế ngày đêm, trên trời Đâu Suất, thường nói pháp ấy, để hóa độ cho các vị thiên tử. Vào khoảng năm mươi sáu ức vạn năm của cõi Diêm phù, bồ tát sẽ giáng sinh trở lại cõi này, như Ta đã nói ở trong quyển kinh Di Lặc Hạ Sinh".

25. Đức Phật lại bảo tôn giả Ưu Ba Ly: "Thế là nhân duyên Bồ tát Di Lặc mất ở Diêm phù, sinh lên Đâu Suất". (o)

26. "Sau Ta diệt độ, các đệ tử Ta, nếu ai siêng năng, tu các công đức, uy nghi không thiếu, quét tháp, lau đất, cúng dường các thứ hương thơm, hoa quý, tu các môn định, thâm nhập chính định, đọc tụng kinh sách, những người như thế, cần nên chí tâm. Tuy chưa dứt hết tất cả kết sử, cùng chưa chứng được sáu phép thần thông, nhưng cần hệ niệm. Niệm hình tượng Phật, xưng tán hồng danh của bồ tát Di Lặc. Những người như thế, chỉ trong một niệm, thụ tám trai giới, tu các tịnh nghiệp, phát thệ nguyện rộng, sau khi mệnh

chung, ví như tráng sĩ co duỗi cánh tay, liền được sinh lên cung trời Đâu Suất, ngồi kiết già phu ở trên hoa sen, trăm nghìn thiên tử, tấu nhạc cõi trời, và rãi các hoa, trên đầu người ấy, như hoa mạn đà, hoa đại mạn đà, và khen ngợi rằng:" Lành thay, lành thay, này thiện nam tử, khi bồ tát ở cõi Nam Diên phù đề, tu nhiều phúc nghiệp, mới sinh lên đây. Nơi đây gọi là cõi trời Đâu Suất. Thiên chủ ngày nay là ngài Di Lặc. Các con nên quy y, xưng tán hồng danh và lám lễ Ngài. Lễ rồi nhìn kỹ tướng hào quang trắng ở giữa chặng mày, sẽ khỏi các tội sinh tử luân hồi, chín mươi ức kiếp".

27. "Và, ngay khi ấy, tùy theo duyên trước Bồ tát Di Lặc, liền nói diệu pháp. Nói các diệu pháp, làm người ấy, giữ gìn vững vàng, không thoái chuyển được đạo tâm vô thượng.

28. Các chúng sinh ấy, sạch được các nghiệp, làm được sáu sự, quyết được sinh lên cõi trời Đâu Suất, gặp được Di Lặc, xuồng cõi Diêm phù, cùng được nghe pháp trong hội thứ nhất. Trong đời vị lai, thuộc thời Hiền kiếp, gặp được tất cả chư Phật thuyết pháp. Trong kiếp Tinh tú, cũng lại gặp được chư Phật, Thế Tôn. Và, trước chư Phật, được thụ ký đạo vô thượng bồ đề".

29. Đức Phật lại bảo tôn giả Ưu Ba Ly: "Sau Ta diệt độ, các vị Tỳ khưu, các Tỳ khưu ni, cùng ưu bà tắc và Ưu bà di, thiên Long, Dạ xoa, Càn

thát bà, A tu la, Ca lâu la, Khẩn na la, Ma hầu la già...., nghĩa là tất cả các đại chúng ấy, nếu ai được nghe hồng danh của Bồ tát Di Lặc Bồ tát. Nghe rồi hoan hỷ, cung kính, lễ bái, người ấy mệnh chung, chỉ trong giây lát, như khẩy móng tay, liền được sinh lên cõi trời Đâu Suất, như trên không khác. Và, ngay cả đến chỉ nghe được tên Bồ tát Di Lặc, sau khi mệnh chung, không phải đọa vào những nơi hắc ám, biên địa, tà kiến và ác luật nghi. Thường được sinh vào gia đình chính kiến, họ hàng nề nếp, tin tưởng Tam bảo".

30. Đức Phật lại bảo Ưu Ba Ly: "Nếu thiện nam tử, thiện nữ nhân nào, phạm các giới cấm, tạo nhiều nghiệp ác, nghe được hồng danh Di Lặc Bồ tát, ngũ thể đầu địa, thành tâm sám hối, các nghiệp ác ấy, chóng được thanh tịnh. Trong đời vị lai, nếu chúng sinh nào nghe được hồng danh Bồ tát Di Lặc, tạo lập hình tượng, cúng dường hương hoa, y phục, phướn lọng chí thành lễ bái, nhất tâm hệ niệm, đến khi sắp mất, sẽ được Bồ tát phóng hào quang trắng giữa chặng mày, cùng các thiên tử, rải hoa mạn đà, lại đón người ấy. Chỉ trong giây lát, người ấy liền sinh lên cõi Đâu Suất, gặp được Bồ tát, đầu diện kính lễ dưới chân Bồ tát. Và, khi người ấy chưa ngửng đầu lên, đã được nghe pháp. Được nghe pháp rồi, với đạo vô thượng, không bị thoái chuyển. Trong đời vị lai, được gặp chư Phật. Chư Phật rất nhiều như cát

sông Hằng". (o)

31. Đức Phật lại bảo Ưu Ba Ly: "Các con nên nghe kỹ! Trong đời sau nầy, Bồ tát Di Lặc, làm chỗ quy y cho các chúng sinh. Nếu được quy y Bồ tát Di Lặc, người ấy nhất định, không bị thoái chuyển trong đạo vô thượng. Và, khi Bồ tát thành bậc Như Lai Ứng, Chính Biến Tri, người thực hành ấy, thấy hào quang Phật liền được thụ ký".

32. Đức Phật lại bảo tôn giả Ưu Ba Ly: "Sau khi diệt độ, trong hàng bốn chúng đệ tử của Ta, hay các bộ chúng Thiên, Long, quỷ thần ..., nếu ai muốn sinh lên trời Đâu Suất, cần nên quán tưởng, hệ niệm tư duy về trời Đâu Suất. Cần giữ giới cấm của Phật đã dạy. Kể từ một ngày cho đến bảy ngày, suy nghĩ niệm vững về mười điều lành, siêng năng thực hành mười thiện nghiệp đạo, đem công đức ấy, hồi hướng tất cả, mong được sinh lên cõi trời Đâu Suất, và được tới trước Bồ tát Di Lặc".

33. Nên quán như thế! Quán tưởng như thế, thấy được một người, một bông hoa sen trên cõi trời ấy; hoặc trong một niệm, xưng tán hồng danh Bồ tát Di Lặc, người ấy khỏi được tội lỗi sinh tử nghìn hai trăm kiếp. Chỉ nghe danh hiệu Bồ tát Di Lặc, chắp tay cung kính, người ấy khỏi được tội lỗi sinh tử hàng năm mươi kiếp. Nếu ai kính lễ Bồ tát Di Lặc, khỏi tội sinh tử hàng trăm ức kiếp. Ví dù không muốn sinh lên Đâu Suất, trong

đời vị lai, dưới cây Long Hoa sẽ cũng gặp được Bồ tát Di Lặc, phát tâm vô thượng".

34. Khi đức Thế Tôn nói lời ấy rồi, vô lượng đại chúng, từ tòa đứng dậy, lễ xuống chân Phật, và lễ dưới chân Bồ tát Di Lặc. Lễ rồi đi nhiễu, vòng quanh quanh đức Phật, Bồ tát Di Lặc hàng trăm nghìn vòng. Người chưa đắc đạo, phát lời nguyện ràng: "Tất cả chúng con thiên, nhân tám bộ ..., nay trước đức Phật, thành thực thệ nguyện, nguyện đời vị lai, mong mõi được gặp Bồ tát Di Lặc. Trong đời hiện tại, chúng con mong mỏi, xả báo thân này, đều được sinh lên cõi trời Đâu Suất".

35. Khi ấy Thế Tôn lại thụ ký rằng: "Tất cả các ông cùng những chúng sinh trong đời vị lai, tu phúc, trì giới, đều được tới trước Bồ tát Di Lặc, và được Bồ tát nhiếp thụ cho cả". (o)

36. Đức Phật lại bảo Ưu Ba Ly: "Quán tưởng như thế gọi là chính quán. nếu quán khác đi, gọi là tà quán".

37. Sau khi Phật sạy, tôn giả A Nan, từ tòa đứng dậy, chắp tay, quỳ thắng, bạch đức Phật rằng: "Kính bạch Thế Tôn. Lành thay Thế Tôn, Thế Tôn nói rõ về công đức của Bồ tát Di Lặc. Thế Tôn lại còn hoan hỷ thụ ký cho các chúng sinh trong đời vị lai, thực tâm tu phúc, sẽ được quả báo. Con xin tùy hỷ những công đức ấy. Kính xin Thế Tôn cho con được biết về sự quan yếu của

giáo pháp này, thụ trì thế nào? Và, kinh pháp này đặt tên là gì?"

38. Đức Phật liền bảo A Nan rằng: "Con nên nhớ đúng lời Phật đã dạy, và nên cẩn thận, chớ có lãng quên! Các con cần vì các chúng sinh đời sau, mở ra cho họ con đường sinh thiên, và chỉ cho họ tướng của bồ đề, khiến cho Phật chủng không bị dứt mất. Kinh này được gọi là kinh Di Lặc Bồ Tát Niết Bàn. Cũng là kinh Quán Di Lặc Bồ Tát Sinh Đâu Suất Thiên. Các con khuyên mọi người phát tâm bồ đề, thụ trì như thế".

39. Khi Phật nói rồi, mười vạn Bồ tát từ phương xa lại, các vị liền chứng Lăng Nghiêm Tam Muội. Tám vạn ức vị trên các cõi trời phát tâm bồ đề, đều nguyện tùy tùng Di Lặc hạ sinh.

40. Khi đức Phật nói kinh này xong rồi, bốn chúng đệ tử, Thiên, Long ... tám bộ, nghe lời Phật nói, đều rất hoan hỷ, lễ Phật rồi lui ra. Ngài Xá Lợi Phất cùng đại chúng vui mừng tin chịu vâng làm. (ooo)

Nam Mô Long Hoa Giáo Chủ, Đương Lai Hạ Sanh, Từ Thị Di Lặc Tôn Phật. (3 lần) (o)

CHÚ TIÊU TAI KIẾT TƯỜNG THẦN CHÚ

Nẳng mồ tam mãn đa, mẫu đà nẫm, a bát ra, để hạ đa xá, ta nẳng nẫm, đát diệt tha. Án khê khê,

khê hế, khê hế hồng hồng, nhập phạt ra, nhập phạt ra, bát ra nhập phạt ra, bát ra nhập phạt ra, để sắc xá, để sắc xá, sắc trí rị, sắc trí rị, ta phấn tra, ta phấn tra, phiến để ca, thất rị duệ ta bà ha. (3 lần).

Nguyện ngày an lành, đêm an lành

Ngày đêm sáu thời luôn an lành

Tất cả thời gian luôn an lành

Ngưỡng mong Bổn Sư ban an lành. (o)

Nguyện ngày an lành, đêm an lành

Ngày đêm sáu thời luôn an lành

Tất cả thời gian luôn an lành

Ngưỡng mong Tam Bảo giúp an lành. (o)

Nguyện ngày an lành, đêm an lành

Ngày đêm sáu thời luôn an lành

Tất cả thời gian luôn an lành

Ngưỡng mong Hộ Pháp giúp an lành. (o)

THẤT PHẬT DIỆT TỘI CHÂN NGÔN

Ly bà ly bà đế, cầu ha cầu ha đế, đà ra ni đế, ni ha ra đế, tỳ lê nể đế, ma ha dà đế, chơn lăng càng đến ta bà ha. (3 lần) (o)

Tội do tâm tạo bao đời

Đem tâm sám hối, tội thời diệt vong

Tội vong, tâm diệt đều không
Chơn tâm sám hối, tội đồng tiêu tan.

> Nam Mô Cầu Sám Hối Bồ Tát
> Ma Ha Tát. (3 lần) (o)

NIỆM DANH HIỆU DI LẶC TÔN PHẬT

Nam Mô Di Lặc Tôn Phật. (108 lần) (o)

Nam Mô A Di Đà Phật. (3 lần) (o)

Nam Mô Đại Bi Quán Thế Âm Bồ Tát. (3 lần) (o)

Nam Mô Đại Thế Chí Bồ Tát. (3 lần) (o)

Nam Mô Địa Tạng Vương Bồ Tát. (3 lần) (o)

Nam Mô Đại Hiếu Mục Kiền Liên Bồ Tát.
(3 lần) (o)

Nam Mô Thanh Tịnh Đại Hải Chúng Bồ Tát.
(3 lần) (o)

HỒI HƯỚNG

Giao Thừa công đức, hạnh nhiệm mầu
Thắng phước bao nhiêu con nguyện cầu
Tất cả chúng sanh trong pháp giới
Hướng về Phật Pháp tỏ đạo mầu.

Nguyện cho ba chướng tiêu tan
Phiền não dứt sạch, huệ căn sang ngời

Cầu cho con được đời đời

Hành Bồ Tát Đạo, cứu đời lầm than.

Nguyện sanh Tây Phương, cõi Lạc Bang

Cha mẹ, sen vàng chín phẩm sanh

Hoa nở, thấy Phật, quả viên thành

Các vị Bồ Tát bạn lành với ta. (o)

NGỒI THIỀN

*(15 phút của đầu năm, mỗi người im lặng tĩnh tâm
tự cầu nguyện)*

Canh một (ngày nay) nghiêm trang ngồi tĩnh tu

Tinh thần tịch chiếu đồng thái hư

Muôn kiếp đến nay chẳng sanh diệt

Đâu cần sanh diệt diệt gì ư

Gẫm xem các pháp đều hư huyễn

Bản tánh tự không đâu dụng trừ

Nếu biết tâm tánh không tướng mạo

Lặng yên chẳng động tự như như.

Chủ lễ xướng: **Nam Mô Bổn Sư Thích Ca Mâu Ni Phật.** (o)

Đại chúng đáp lại: **Nam Mô Bổn Sư Thích Ca Mâu Ni Phật.** (3 lần) (o)

Nam Mô A Di Đà Phật.

PHỤC NGUYỆN

Hôm nay chúng con (chủ lễ) là ………………… và các Phật tử Chùa Hương Sen, đạo tràng Perris, California, thiết lễ cúng Giao Thừa, Tết Nguyên Đán năm…. (âm lịch và dương lịch) và cúng Vía Phật Di Lặc. Ngưỡng mong Đức Long Hoa Giáo Chủ Đương Lai Hạ Sanh Di Lặc Tôn Phật, ngưỡng mong mười phương Chư Phật, Thánh Hiền, Duyên Giác, Thanh Văn, Thiện Thần Hộ Pháp với Long Thiên gia hộ cho đệ tử chúng con viên thành sở nguyện, tiêu trừ nghiệp chướng, tăng trưởng thiện căn. Nguyện cầu chúng con thân thể khang an, mạng vị lâu dài. Bốn mùa không chút tai ương, quanh năm vạn sự thêm lành cát khánh. Khắp nguyện gia đình hưng thạnh, con cháu vui hòa, vạn tội băng tiêu, lên xe nhất thừa, sâu vào Phật đạo.

Sau cùng nguyện chúng con cùng tất cả chúng sanh trang nghiêm phước tuệ, một thời đồng chứng, Vô thượng Chánh đẳng Chánh giác.

**Nam Mô Long Hoa Giáo Chủ
Đương Lai Hạ Sanh Di Lặc Từ Thị
Tôn Phật tác đại chứng minh. (3 lần) (o)**

KÍNH LỄ

(Đại chúng đứng lên)

Bao nhiêu tất cả nhân sư tử

Mười phương ba đời cùng các cõi

Con đem thân miệng ý thanh tịnh

Lạy khắp tất cả không còn dư. (o)

Nhất tâm đảnh lễ, đệ tử chúng con đại vì bốn ân ba cõi chí thành đảnh lễ:

Nam Mô Quá Khứ Trang Nghiêm Kiếp Thiên Phật. (o) (1 lạy)

Nhất tâm đảnh lễ, đệ tử chúng con đại vì bốn ân ba cõi chí thành đảnh lễ:

Nam Mô Hiện Tại Hiền Kiếp Thiên Phật.(o) (1 lạy)

Nhất tâm đảnh lễ, đệ tử chúng con đại vì bốn ân ba cõi chí thành đảnh lễ:

Nam Mô Vị Lai Tinh Tú Kiếp Thiên Phật.(o) (1 lạy)

TAM QUY

Con nương theo Phật, cầu cho chúng sanh

Tin chắc Đạo cả, phát lòng vô thượng. (o) (1 lạy)

Con nương theo Pháp, cầu cho chúng sanh

Thấu rõ kinh tạng, trí huệ như biển. (o) (1 lạy)

Con nương theo Tăng, cầu cho chúng sanh

Kính tín hòa hợp, tất cả không ngại. (ooo) (1 lạy)

Giao thừa Nguyên Đán lễ trang nghiêm,

Rước Phật đón xuân lễ đã hòan

Công đức vô biên ban tất cả,

Vui mừng chúc tụng khắp nhân gian.

Nam Mô Viên Mãn Tạng Bồ Tát Ma Ha Tát.
(3 lần) (o)

BÀI KỆ CHƯ THIÊN

Trời, A-tu-la, Dạ xoa thảy
Đến nghe pháp đó nên chí tâm
Ủng hộ Phật pháp khiến thường còn
Mỗi vị siêng tu lời Phật dạy.
Bao nhiêu người nghe đến chốn này
Hoặc trên đất liền hoặc hư không
Thường với người đời sanh lòng từ
Ngày đêm tự mình nương pháp ở.
Nguyện các thế giới thường an ổn
Phước trí vô biên lợi quần sanh
Bao nhiêu tội chướng thảy tiêu trừ
Xa lìa các khổ về viên tịch.
Hằng dùng giới hương xoa vóc sáng
Thường trì định phục để giúp thân
Hoa mầu bồ đề khắp trang nghiêm
Tùy theo chỗ ở thường an lạc. (o)

Nam mô Tam Châu Cảm Ứng
Hộ Pháp Vi Đà Tôn Thiên Bồ Tát Ma Ha Tát. (3 lần) (o)

THIỆN NỮ THIÊN CHÚ

Nam mô Phật Đà
Nam mô Đạt Ma
Nam mô Tăng Già

Nam mô thất lỵ, ma ha để tỷ da, đát nể dã tha, ba lỵ phú lầu na, giá lỵ tam mạn đà, đạt xá ni, ma ha tỳ ha ra dà đế, tam mạn đà, tỳ ni dà đế, ma ha ca rị dã, ba nể, ba ra, ba nể, tát rị phạt lạt tha, tam mạn đà, tu bác lê đế, phú lệ na, a rị na, đạt ma đế, ma ha tỳ cổ tất đế, ma ha Di Lặc đế, lâu phả tăng kỳ đế, hê đế tỷ, tăng kỳ hê đế, tam mạn đà, a tha a nậu, đà la ni. (3 lần) (o)

Vi đà thiên tướng

Bồ tát hóa thân

Ủng hộ Phật Pháp thệ hoằng thâm

Đạo sự chứng ma quân

Công đức nan luân

Kỳ đạo thệ hoằng thâm.

Nam Mô Phổ Nhãn Bồ Tát Ma Ha Tát. (3 lần) (o)

Thỉnh đại chúng đi niệm Phật 1 vòng khắp sân chùa rồi hồi hướng và dùng cơm trưa.

TỦ SÁCH BẢO ANH LẠC
do Ni Sư Tiến Sĩ TN Giới Hương biên soạn

1.1. SÁCH TIẾNG VIỆT

1. *Bồ-tát và Tánh Không Trong Kinh Tạng Pali và Đại Thừa.*

2. *Ban Mai Xứ Ấn -Tuyển tập các Tiểu Luận Phật Giáo (3 tập).*

3. *Vườn Nai – Chiếc Nôi.*

4. *Quy Y Tam Bảo và Năm Giới.*

5. *Vòng Luân Hồi.*

6. *Hoa Tuyết Milwaukee.*

7. *Luân Hồi trong Lăng Kính Lăng Nghiêm.*

8. *Nghi Thức Hộ Niệm, Cầu Siêu.*

9. *Quan Âm Quảng Trần.*

10. *Nữ Tu và Tù Nhân Hoa Kỳ.*

11. *Nếp Sống Tỉnh Thức của Đức Đạt Lai Lạt Ma Thứ XIV.*

12. *A-Hàm: Mưa pháp chuyển hóa phiền não, 2 tập.*

13. *Góp Từng Hạt Nắng Perris.*

14. *Pháp Ngữ của Kinh Kim Cang.*

15. *Tập Thơ Nhạc Nắng Lăng Nghiêm.*

16. *Nét Bút Bên Song Cửa.*

17. *Máy Nghe MP3 Hương Sen* (Hương Sen Digital Mp3 Radio Speaker): Các Bài Giảng, Sách, Bài viết và Thơ Nhạc của Thích Nữ Giới Hương (383/201 bài).

18. *DVD Giới Thiệu về Chùa Hương Sen.*

19. *Ni Giới Việt Nam Hoằng Pháp tại Hoa Kỳ.*

20. *Tuyển Tập 40 Năm Tu Học & Hoằng Pháp của Ni sư Giới Hương*, Thích Nữ Viên Quang, TN Viên Nhuận, TN Viên Tiến, and TN Viên Khuông.

21. *Tập Thơ Nhạc Lối Về Sen Nở.*

22. *Nghi Thức Công Phu Khuya – Thần Chú Thủ Lăng Nghiêm.*

23. *Nghi Thức Cầu An – Kinh Phổ Môn.*

24. *Nghi Thức Cầu An – Kinh Dược Sư.*

25. *Nghi Thức Sám Hối Hồng Danh.*

26. *Nghi Thức Công Phu Chiều – Mông Sơn Thí Thực.*

27. *Khóa Tịnh Độ – Kinh A Di Đà.*

28. *Nghi Thức Cúng Linh và Cầu Siêu.*

29. *Nghi Lễ Hàng Ngày - 50 Kinh Tụng và các Lễ Vía trong Năm.*

30. *Hương Đạo Trong Đời 2022* - Tuyển tập 60 Bài Thi trong Cuộc Thi Viết Văn Ứng Dụng Phật Pháp 2022.

31. *Hương Pháp 2022* (Tuyển Tập Các Bài Thi Trúng Giải Cuộc Thi Viết Văn Ứng Dụng Phật Pháp 2022.

32. *Giới Hương - Thơm Ngược Gió Ngàn*, Nguyên Hà.

33. *Pháp Ngữ Kinh Hoa Nghiêm* (2 tập). Thích Nữ Giới Hương.

34. *Tinh Hoa Kinh Hoa Nghiêm.* Thích Nữ Giới Hương. NXB Hương Sen.

35. *Phật Giáo – Tầm Nhìn Lịch Sử Và Thực Hành.* Hiệu đính: Thích Hạnh Chánh và Thích Nữ Giới Hương.

36. *Nhật ký Hành Thiền Vipassana và Kinh Tứ Niệm Xứ.*

37. *Nghi cúng Giao Thừa.*

38. *Nghi cúng Rằm Tháng Giêng.*

39. *Nghi thức Lễ Phật Đản.*

40. *Nghi thức Vu Lan.*

41. *Lễ Vía Quan Âm.*

42. *Nghi cúng Thánh Tổ Kiều Đàm Di.*

43. *Nghi thức cúng Tổ và Giác linh Sư trưởng.*

1.2. SÁCH TIẾNG ANH

1. *Boddhisattva and Sunyata in the Early and Developed Buddhist Traditions.*

2. *Rebirth Views in the Śūraṅgama Sūtra.*

3. *Commentary of Avalokiteśvara Bodhisattva.*

4. *The Key Words in Vajracchedikā Sūtra.*

5. *Sārnātha-The Cradle of Buddhism in the Archeological View.*

6. *Take Refuge in the Three Gems and Keep the Five Precepts.*

7. *Cycle of Life.*

8. *Forty Years in the Dharma: A Life of Study and Service—Venerable Bhikkhuni Giới Hương.*

9. *Sharing the Dharma -Vietnamese Buddhist Nuns in the United States.*

10. *A Vietnamese Buddhist Nun and American Inmates.*

11. *Daily Monastic Chanting.*

12. *Weekly Buddhist Discourse Chanting.*

13. *Practice Meditation and Pure Land.*

14. *The Ceremony for Peace.*

15. *The Lunch Offering Ritual.*

16. *The Ritual Offering Food to Hungry Ghosts.*

17. *The Pureland Course of Amitabha Sutra.*

18. *The Medicine Buddha Sutra.*

19. *The New Year Ceremony.*

20. *The Great Parinirvana Ceremony.*

21. *The Buddha's Birthday Ceremony.*

22. *The Ullambana Festival (Parents' Day).*

23. *The Marriage Ceremony.*

24. *The Blessing Ceremony for The Deceased.*

25. *The Ceremony Praising Ancestral Masters.*

26. *The Enlightened Buddha Ceremony.*

27. *The Uposatha Ceremony (Reciting Precepts)*

28. *Buddhism: A Historical And Practical Vision.* Edited by Ven. Dr. Thich Hanh Chanh and Ven. Dr.

Bhikṣuṇī TN Gioi Huong.

29. *Contribution of Buddhism For World Peace & Social Harmony.* Edited by Ven. Dr. Buddha Priya Mahathero and Ven. Dr. Bhikṣuṇī TN Gioi Huong.

30. *Global Spread of Buddhism with Special Reference to Sri Lanka.* Buddhist Studies Seminar in Kandy University. Edited by Prof. Ven. Medagama Nandawansa and Dr. Bhikṣuṇī TN Gioi Huong.

31. *Buddhism In Sri Lanka During The Period of 19th to 21st Centuries.* Buddhist Studies Seminar in Colombo. Edited by Prof. Ven. Medagama Nandawansa and Dr. Bhikṣuṇī TN Gioi Huong.

32. *Diary: Practicing Vipassana and the Four Foundations of Mindfulness Sutta.*

1.3. SÁCH SONG NGỮ
(VIETNAMESE-ENGLISH)

1. *Bản Tin Hương Sen: Xuân, Phật Đản, Vu Lan* (Hương Sen Newsletter: Spring, Buddha Birthday and Vu Lan, annual/ Mỗi Năm).

2. *Danh Ngôn Nuôi Dưỡng Nhân Cách - Good Sentences Nurture a Good Manner.*

3. *Văn Hóa Đặc Sắc của Nước Nhật Bản-Exploring the Unique Culture of Japan.*

4. *Sống An Lạc dù Đời không Đẹp như Mơ - Live Peacefully though Life is not Beautiful as a Dream.*

5. *Hãy Nói Lời Yêu Thương-Words of Love and Understanding.*

6. *Văn Hóa Cổ Kim qua Hành Hương Chiêm Bái -The Ancient- Present Culture in Pilgrim.*

7. *Nghệ Thuật Biết Sống - Art of Living.*

8. *Nhật ký Hành Thiền Vipassana và Kinh Tứ Niệm Xứ - Diary: Practicing Vipassana and the Four Foundations of Mindfulness Sutta.*

9. *Dharamshala - Hành Hương Vùng Đất Thiêng, Ấn Độ, Dharamshala - Pilgrimage to the Sacred Land, India.*

1.4. SÁCH CHUYỂN NGỮ

1. *Xá Lợi Của Đức Phật* (Relics of the Buddha), Tham Weng Yew.

2. *Sen Nở Nơi Chốn Tử Tù* (Lotus in Prison), many authors.

3. *Chùa Việt Nam Hải Ngoại* (Overseas Vietnamese Buddhist Temples).

4. *Việt Nam Danh Lam Cổ Tự* (The Famous Ancient Buddhist Temples in Vietnam).

5. *Hương Sen, Thơ và Nhạc* – (Lotus Fragrance, Poem and Music).

6. *Phật Giáo-Một Bậc Đạo Sư, Nhiều Truyền Thống* (Buddhism: One Teacher – Many Traditions), Đức Đạt Lai Lạt Ma 14th & Ni Sư Thubten Chodren.

7. *Cách Chuẩn Bị Chết và Giúp Người Sắp Chết-Quan Điểm Phật Giáo* (Preparing for Death and Helping the Dying – A Buddhist Perspective)

2. ALBUMS NHẠC
Từ Thơ Thích Nữ Giới Hương

1. Đào Xuân *Lộng Ý Kinh* (The Buddha's Teachings Reflected in Cherry Flowers).

2. *Niềm Tin Tam Bảo* (Trust in the Three Gems).

3. *Trăng Tròn Nghìn Năm* Đón *Chờ Ai* (Who Is the Full Moon Waiting for for Over a Thousand Years?).

4. Ánh *Trăng Phật Pháp* (Moonlight of Dharma-Buddha).

5. *Bình Minh Tỉnh Thức* (Awakened Mind at the Dawn) (*Piano Variations for Meditation*).

6. *Tiếng Hát Già Lam* (Song from Temple).

7. *Cảnh* Đẹp *Chùa Xưa* (The Magnificent, Ancient Buddhist Temple).

8. Karaoke *Hoa* Ưu Đàm Đã *Nở* (An Udumbara Flower Is Blooming).

9. *Hương Sen Ca* (Hương Sen's Songs)

10. *Về Chùa Vui Tu* (Happily Go to Temple for Spiritual Practices)

11. *Gọi Nắng Xuân Về* (Call the Spring Sunlight).

12. Đệ *Tử Phật*. Thơ: Thích Nữ Giới Hương, Nhạc: Uy Thi Ca & Giác An, volume 4, năm 2023.

Mời xem: http://www.huongsentemple.com/index.php/kinh-sach/tu-sach-bao-anh-lac